Dawit Isaak

Anisur Rahman

Kimefasiriwa na

Kelvin Kombo Motuka
na Seynab Haji

Hatimiliki © 2022 Anisur Rahman

Haki zote zimehifadhiwa

Kitabu hiki au sehemu yake hairuhusiwi kuiga, kwa mbinu zozote zile pamoja na kunakili au kutumia mfumo wowote wa kuhifadhi au kuzindua habari bila idhini kutolewa kwanza kwa sababu hiyo kwa njia ya maandishi kutoka kwa mchapishaji.

Kitabu hiki kinauzwa kwa masharti kuwa: hakitauzwa tena kwa njia ya kibiashara au njia nyingine yeyote, kukodishwa au kusambazwa kikiwa kimeunganishwa kwa njia nyingine au kikiwa kwenye jadala jingine badala ya lile kilichochapishwa nalo au bila kuwa na masharti sawa na haya pamoja na hili linalowekewa mnunuzi mwingine, bila kibali kutolewa kwanza na mwandishi au mchapishaji.

Toleo la Kwanza: Machi 2022

Kimechapishwa na: Nsemia Inc. Publishers
(www.nsemia.com)

Kimetafsiriwa na: Kelvin Kombo Motuka na Seynab Haji
Kimehaririwa na: Eunice Mwinzi
Msanifu wa Jadala na Michoro: Mwandishi
Jalidi: Linda Kiboma
Upangaji wa Mswada: Linda Kiboma

Uagizaji wa kitabu hiki unaweza kufanywa kupitia kwenye Huduma za Maktaba za Kenya (Kenya National Library Services) na Maktaba na Maakaba Canada (Library and Archives Canada).

ISBN: 978-9966-082-68-8

Matini chanzi katika Kiswidi/ Matini tafsiri katika
Kibengali, Kiingereza

Dawit Issak, tamthilia yake Anisur Rahman
Imefasiriwa katika Kiingereza na Mahbub Siddiqee

Wahusika

Dawit Issak: Mhariri wa Gazeti la Setit, umri -37
Sara Issak: mnuna wa Dawit wa kike, umri -30
Makachero 2:
Maafisa wa polisi:
Afeworki: Rais wa kiimla wa Eritrea
Sofia: Mkewe Dawit, umri - 33
Bin Dawit 1:
Bin Dawit 2:

Dibaji

Uhuru si sawa na utovu wa nidhamu

Kifungu cha 10 cha Sheria kuhusu Haki za kibinadamu (1998) kinaangazia haki za mtu kushikilia na kutoa maoni yao bila kuingiliwa na serikali. Tahadhari ni kwamba haki hii inaweza kudhibitiwa ili kuzuia uhalifu na fujo na ufichuzi wa taarifa fulani, na kulinda usalama wa kitaifa, afya, maadili, na haki za hadhi za wengine. Mamlaka yoyote inayolenga kuweka vikwazo kwenye uhuru wa kujieleza lazima ionyeshe kuwa vikwazo ni vya kiwango sawa na vifaavyo kwa ukiukaji wowote unaotuhumiwa.

Katika tamthilia yake ya punde zaidi Anisur Rahman anajenga dhana aliyotumia kwa ufanisi katika tamthilia yake *I am Sheikh Mujib* na kuendeleza ujuzi wake katika kuibua tukio la kidrama katika mawazo ya mwanaume mmoja aliye gerezani. Gereza linatumika kama jazanda kubwa ambayo kutokana nayo dhamira ya tamthilia hiyo ya uhuru wa kujieleza inabainika na katika *Dawiti Isaka* Rahman anaendeleza msururu thabiti wa wale walioandika kuhusu na kutokana na umuhimu halisi na ule wa kijazanda wa gereza.

Tamthilia hii inaangazia muhuri katika maisha ya mwandishi Mswidi-Mwiritria, mwanahabari na mtunzi Dawiti Isaka ambayo katika kipindi cha kuandika dibaji hii alikuwa amefungwa gerezani, bila kufikishwa mahakamani kwa miaka 21. Isaka alikamatwa 2001 kwa kuchapisha, katika gazeti lake huria la Kiiritria *Setit*, barua, iliyotiwa sahihi na mawaziri wengi, barua iliyomkashifu Rais Afeworki. Kwa miaka mingi Isaka alikuwa mfungwa Mswidi pekee mwenye dhamiri, na hatua ya serikali ya Uswidi, iliyopewa jina "diplomasia kimya", imekosolewa kwa kukosa juhudi na mwafaka na Eritria.

Tukio la tamthilia hiyo linajikita kwenye hali ya Isaka kutafakari kuhusu matukio ya 2001 yaliyochangia kukamatwa kwake. Anadhihirisha haki ya kujieleza bila woga na kuwahamasisha wengine kukumbatia uhuru wa kujieleza. Anakumbuka mazungumzo na dada yake, anasikiliza sauti za wanawe na mke, anakuwa na mazungumzo ya kifantasia na Afeworki. Isaka anaitetea haki yake kama mwanahabari kwa hamasa na mhariri kuichapisha barua hiyo na kushikilia kuwa hili si ishara ya upinzani kwake Afeworki. Isaka anatekeleza hilo kutokana na demokrasia na uhuru wa kujieleza kama msingi wa dhana hiyo.

Ingawa Isaka amejitolea, ni sharti astahimili matokeo ya ndani ya vitendo vyake, anapojaribu kuyaelewa haya, akiyachukulia kama kwamba hayana uzito ikilinganishwa na azma yake kubwa ya kisiasa. Ni lazima Isaka aendelee kuwa imara mbele ya wakati mwingine – kutiwa mbaroni kidhalimu, lakini kwangu wahusika thabiti kwenye tamthilia hii wanaoweza kujibizana na Isaka, kutambua upuuzi katika vitendo vyake, na wanaweza kweli kustahimili matokeo ya kitendo cha Isaka ni wanawake – dada yake Sara na mkewe, Sofia. Wanawake hao wanatuonyesha kuwa kuna mengi muhimu maishani kuliko uhuru wa kujieleza katika ulingo wa kisiasa na kwamba vitendo vya Isaka vinaiponza afya, na usalama wa familia yao. Isaka anakiuka uhuru wake wa kujieleza kwa kuwa mbali na mkewe na watoto na tamthilia hii inadhihirisha mivutano baina ya mwelekeo wa kisiasa na wa uanahabari na historia hiyo na maadili na uhusiano wake na familia yake katika siku zijazo. La kupendeza kupitia kwa Isaka hata hivyo ni kuwa, ni wanawake ambao wanaonyesha upekee katika tamthilia hii. Wanampenda na kumheshimu Isaka, na, kinyume na Afeworki ambaye hawezi kuonyesha kuwa kifungo cha muda mrefu bila kufikishwa mahakamani kinalingana na vitendo vya Isaka, wanaweza kueleza upuuzi wa vitendo vya Isaka na kubashiri matokeo anayoweza kuvuna. Asemavyo Sara:

"*Uhuru hautawahi kuwa sawa na utovu wa nidhamu. Badala yake, unamaanisha jambo zuri, baadhi ya njia za kuwa mwema na kuzingatia nidhamu nyumbani na nje*"

Melanie Perry
Januari 2022

Anisur Rahman

ONYESHO LA KWANZA

Ni katika maskani ya Dawit Issak. Vyumba viwili vya kulala, sebule, roshani ya jikoni. Redio na runinga vipo sebuleni. Picha ya familia imetundikwa ukutani. Mbali na hayo, ramani ya muungano wa Uhabeshi-Eritrea vilevile ramani ya Uswidi zinaonekana. Kadhalika picha za Shakespeare, Ibsen na August Strindberg zinadhihirika.

Dag Hammarskjold amechukua nafasi kando yao. Hata dikteta wa Eritrea amemiliki nafasi ukutani. Vitabu vingi vimepangwa kwenye rafu ya vitabu. Kijimeza cha chai kimesheheni majarida kutoka kwa mataifa anuwai. Kikombe cha chai, pakiti ya sigara, mkebe wa moshi, kiberiti, kalamu na kadhalika viko kivoloya.

Ni alfajiri. Dadake Dawit anaingia akiwa amevaa maleba ya kitamaduni ya Kieritrea. Anakunja pazia -

DADAKE DAWIT:	Kaka, amka. Fungua mlango wako. Tazama! Anga yapendeza! Ndege wa kupendeza!
DAWIT:	*(akipiga miayo) Gazeti?*
SARA:	Sekunde moja tu *(anauelekea mlango wa mbele).* Aa, naam! Yapo hapa.
DAWIT:	Unaweza kunipa tafadhali?
SARA:	Siwezi! *(kwa msisitizo mkubwa).* Jitakase kwanza. Hutapata chochote kabla ya hilo. Zikome hizo tabia mbi za kale.

DAWIT: Ai, wakati mwingine unakuwa na tabia kama ya mama. Nilidhani ningekuwa huru, lakini bila mafanikio! Sofia yuko kule Uswidi nawe u hapa! Kuna faida gani kuwa mkubwa?

SARA: Huhitaji kuwa mkubwa. Uhuru sio sawa na utundu. Bali, unamaanisha kitu chema, njia za kuwa mwema na kuzingatia nidhamu nyumbani na mbali..

DAWIT: *(akiondosha kichwa kutoka chumbani)* Inashangaza! Umekomaa kupita kiasi. Bado naweza kukumbuka siku uliyojifunza Hisabati na lugha kutoka kwangu. Na sasa unajifanya kama mlezi wangu.

SARA: Oh, usijaribu kubadilisha mada! Hutapata chochote kabla ya kujisafisha, si hata chai. Sielewi mbona wanaume wote ni sawa; huwezi kustaarabika kiasi?

DAWIT: Sielewi mbona unaonyesha uwajibikaji mwingi!

SARA: Si uwajibikaji. Siwezi kustahimili uchafu.

DAWIT: Uchafu! Ni uchafu kuvuta sigara kwa muda na kulipitia gazeti asubuhi! Wewe angalia tu kote na utagundua wafalme wote, hata dikteta wa Eritrea wana mienendo sawa.

SARA: Umegonga ndipo hatimaye! Kwa hivyo, huoni wafalme au madikteta hao ni wa kiume?

DAWIT: Mungu wangu! Umeanza kunizomea. Najiondoa. Nitazungumza nawe baada ya kupiga mswaki. Sasa niache nilale kwa dakika kumi na tano.

[Wimbo mtamu sana unaenea mote chumbani]

Mchakacho fulani unasikika jikoni. Wakati huo Sara anaangalia saa na kuita kwa sauti.

SARA: Kaka, amka. Dakika ishirini zimepita, staftahi yako i tayari..

DAWIT: Ndio, Mkubwa!

[Dawit anaamka, anaenda msalani, anaimba kwa sauti ya chini sana na kuwa tayari kuenda mahali fulani]

SARA: Acha kuimba kwa sasa na uje upate kisebeho.

DAWIT: [akitengeneza tai yake] Menu ni gani?

SARA: Kaangalie mwenyewe. Sio tofauti na ile ya rais.

DAWIT: Siku hizi kila mara unamrejelea rais! Unajua chochote kuhusu kisebeho cha rais?

SARA: Hata! Lakini angalau kuna uhakika kuwa ni sharti ale vyakula ambavyo huongeza kalori. Kisukari hakijali hata rais. Kwa hivyo hawezi kula chakula zaidi ya unachokula. Nina hakika angaliutia gerezani ugonjwa wa kisukari kungalikuwa na fursa hata kidogo

DAWIT: Ndiyo sababu ya kumkasirikia rais?

SARA: Mimi sijakasirika hata kidogo. Mbona nikasirike? Wote ni sawa. Nyinyi wanahabari mpo kuyawazia haya. Nina shughuli nyingine nyingi. Sijishughulishi na rais. Siasa na utawala ni vitu viovu.

[Staftahi inaendelea. Matunda, vinywaji, mikate, pipi na kadhalika vimepangwa vyema mezani. Hata gazeti lipo mezani. Sara anaangalia kidokezo cha Setit na kutoa sauti].

SARA: Dawit! Dawit! Lo, Dawit! Tatizo lililoje! Tutafanya nini sasa? Halistahimiliki. Sofia hawezi kulistahamili, wanao wa kiume hawawezi kustahimili, bintiyo hawezi kulistahimili.

Rais hatakuacha. Unawachukulia kuwa wajinga? Ama u mwenye hekima zaidi yao?

(Dawit anashangazwa na kilio hicho. Anamwangalia dadake)

DAWIT: Tatizo ni lipi?

SARA: Angalia mwenyewe. Una kichaa? Ulichapisha barua wazi ya mawaziri kumi na watano. Rais hatalichukulia hivi hivi. Unadhani atakuonea imani?

DAWIT: Sijali. Lazima mtu ajitokeze. Ni lazima tufichue ukweli. Mwanadamu hataishi kwenye jamii dhalimu.

SARA: *(anampiga kikumbo Dawit)* Hatuhitaji ukweli huu. Ni kama cheche za moto. Haya, ikiwa kweli unahitaji ukweli basi mbona ulikuwa umeenda Uswidi? Na mbona ulikuwa umerudi? Basi ulizua balaa, ukazaa watoto. Sasa utamtosa kila mtu kwenye hatari.

DAWIT: Sokrato alisema, "Mimi nife wewe uishi, nifanye nini..."

SARA: Sokrato angalau alishtakiwa. Aliadhibiwa kwa njia ya kidemokrasia, lakini rais wetu dikteta hatajali lolote kuhusu demokrasia. Atakufunga tu. Utaona kiu, utahisi njaa, lakini si maji si chakula kitakachokuwepo kwa ajili yako; badala yake kutakuwa na mbu, panya, kombamwiko na kadhalika.

Kisha utapata matunda ya mapinduzi usiyotarajia.

DAWIT: Tafadhali jaribu kuelewa.

SARA: Ninafaa kuelewa nini? Unadhani, rais atakuonea imani tu kwa sababu ya uraia wako wa Ulaya? Unafaa kujua kuwa siasa haina mwisho. Ikiwa atakuona wewe tishio, anaweza kuchukua hatua ya jinsi yoyote. Kusema kweli ningefanya vivyo hivyo ningekuwa yeye. Hata hivyo, lingekuwa suala tofauti ikiwa ungekuwa mwanachama wa chama chochote cha kisiasa.

DAWIT: Tafadhali kuwa na subira. Niombee tu na uwe na ujasiri *(wanakunywa kisebeho taratibu)*.

[Dawit anashuka vidato na pochi. Sara anaenda kwa roshani na kupunga mkono].

SARA: Rejea punde, Dawit

ONYESHO LA PILI

Nje kuna giza. Sara amefunga madirisha. Ghafla anawaona watu wawili asiowajua mbele ya ghorofa yao. Anazunguka baina ya roshani na sebule. Wakati huo anaenda karibu na simu.

SARA: Hello, ofisi ya Setit? Hello! Hello!

(Hakuna anayepokea simu, wasiwasi inaongezeka)

Anaenda kwa roshani tena na kumwona Dawit huko. Aaa! Afueni hatimaye! Lakini watu wawili wanamzunguka Dawit. Dawit anajaribu kuingia kupitia kwa lango kuu

Watu hao, *(polisi hasa waliovalia kama raia wanamwita Dawit)*-

MAAFISA WA POLISI: Simama hapo.

SARA: *(amefika kwenye geti tayari na feni ya mkono)* Mbona asimame?

(Askari hao wanashtuka. Dawit anaingia kwa wakati huo. Sara anafunga lango).

	Sisi ni askari. Mnaweza kuangalia vitambulisho vyetu. Tunatekeleza amri ya rais.
MAAFISA WA POLISI:	Sisi ni askari. Mnaweza kuangalia vitambulisho vyetu. Tunatekeleza amri ya rais.
SARA:	Na hiyo ni amri gani? Kuna uhusiano gani kati yako na Dawit?
MAAFISA WA POLISI:	Kuna uhusiano gani kati yako na Dawit?
SARA:	Ni kakangu mkubwa.
MAAFISA WA POLISI:	Haya, anafaa kuandamana nasi.
SARA:	Kwa nini?
MAAFISA WA POLISI:	Tuna masuala muhimu ya kujadili.
SARA:	Haya, ikiwa kweli mna masuala muhimu basi ingieni, au mngemwita Dawit ofisini mwenu. Lakini mnafanya mambo kama kwamba mu wezi. Mlikuwa mnachungulia kupitia kwa mageti yetu.
MAAFISA WA POLISI:	Sawa, tunaweza kuingia?
SARA:	Mnaonekana wenye adabu mnapoomba ruhusa ya kuingia, kwa unyenyekevu. Lakini najua mtabadilisha rangi yenu pindi mtakapoingia. Askari wote wanafanana kote ulimwenguni.
MAAFISA WA POLISI:	**Excuse me, madam!** Tunauliza tena
SARA:	Sidhani hilo linawezekana katika wakati huu mpevu wa usiku. Afadhali mkutane na Dawit kesho katika ofisi ya Setit.

MAAFISA WA POLISI:	Nasikitika bibiye, ni lazima tutimize jukumu hilo sasa hivi. Ni amri na masharti ya rais.
SARA	Basi tekelezeni wajibu wenu na nitawapakulia chai kwa biskuti. Kusimama hapa mwalinda kazi yenu na kuvuta sigara pasi ukomo! Na Mungu awabariki.
MAAFISA WA POLISI	Bure kabisa! Rais atatuma jeshi kubwa endapo tutashindwa. Bila shaka hawatawaletea utulivu wowote.
SARA:	Basi ni vipi itakuwa vyema?
MAAFISA WA POLISI:	Ikiwa kakako ataandamana nasi. *[Dawit anatembea kuelekea kwa askari]*
DAWIT:	Ninyi njooni ndani tafadhali munywe chai. Nitakuwa nimejitayarisha *[Dawit anafungua geti. Askari wanaingia sebuleni moja kwa moja. Wanatazama picha zinazoning'inia kutoka ukutani. Dawit anajiandaa katika chumba kingine. Sara anaita kwa sauti ya juu.]*
SARA:	Harakisha, Dawit! Chukua vitafunio. *[Sara anaingia na sinia mkononi]* Mbona mnaziangalia picha hizo kipekuzi sana? Kuna chai hapa kwa ajili yenu.
MAAFISA WA POLISI:	Samahani, haturuhusiwi.
SARA:	Ikae hiyo ruhusa yenu. Nani atawachunga! Ni lazima kweli kwa polisi kutotangamana? Mpo hapa kwa ajili ya kaka yangu, nawezaje kuwaacha mwende bila hata vitafunio?
MAAFISA WA POLISI:	**Excuse me, madam.** Hivyo ndivyo tumefunzwa.

SARA: Angalau, kunywa chai. Vinginevyo, ndugu yangu hataandamana nanyi. Mwambie rais kuwa itabidi muivuke maiti yangu kumchukua kaka yangu.

MAAFISA WA POLISI: Sawasawa bibiye. Tunakunywa chai.

SARA: Mlikuwa mnatafuta nini kwenye picha hizi?

MAAFISA WA POLISI: Hasa tulikuwa tunajaribu kuwatambua.

SARA: Mmefanikiwa?

MAAFISA WA POLISI: Nduguyo na Mahatma Gandhi pekee. Wengine hawajulikani.

SARA: Ilivyoweza kutabirika. Mwapoteza muda kunusanusa huku. Mngewatambua vipi? *(Anaashiria kidole kwenye picha hizo)* Haya, huyu ni mtunzi mashuhuri wa tamthilia kutoka Norway, Henrik Ibsen na huyu ni August Strindberg - mtunzi kutoka Uswidi. Nakisia hukulisikia jina lake.

MAAFISA WA POLISI: Acha kukisia!

SARA: Huyu ni William Shakespeare. Nasadiki umewahi kusikia kuhusu *"Romeo na Juliet"*. Huyu mwanaume ndiye muumbaji wao. *(Sara anasonga mbele)* Huyu ni Dag Hammarskjold - Katibu Mkuu wa Umoja wa Kimataifa, rafiki wa kweli wa Afrika ila alipoteza maisha Kongo. Naye ni shemeji yangu, wanawe wanaonekana kando yake, jingine tena?

MAAFISA WA POLISI Tosha kwa leo. *(Anapiga funda la chai)* Inapendeza.

SARA:	Ahsante.
	[Umemeunatoweka ghafla. Maafisa wapolisi wanawasha tochi. Wanaanza kutembea na Dawit. Yanaonekana kuwa matembezi yasiyo na ukomo. Lakini, wanasimama katika chumba kilichotengwa. Afisa wa polisi anaonekana ameketi pembeni mwa meza moja ndefu chumbani]
AFISA:	Hujambo, Bw. Issak?
DAWIT:	Nafikiri walijua jibu.
AFISA:	Hata wakati unafaa kujibu?
DAWIT:	Unamaanisha nini?
AFISA:	Unastahili kujibu chochote unachoulizwa. Hata ukiwa na shida, hatuna jingine la kukata rufaa. Ni amri kutoka juu, wajua.
DAWIT:	Na je, ukifuata dhamiri yako uache amri kutoka juu?
AFISA:	Umm, nitapoteza kazi yangu na kuketi kando yako.
DAWIT:	Vyema, angalau wajua hilo!
AFISA:	Sihitaji kujua zaidi. Naondoka sasa. Mkubwa wetu anakuja kuzungumza nawe.
	[Afisa wa polisi anaondoka chumbani. Mkubwa wake anaingia]
MKUBWA:	U hali gani Bw. Dawit?
DAWIT:	Je, ni sharti kila mmoja wenu kuuliza swali hili?
MKUBWA:	Angalau tunafaa kuanzia popote
DAWIT:	Haya, tuanze.
MKUBWA:	Kwa nini unamchukia rais?

DAWIT: Simchukii. Kwa hakika, sina sababu yoyote kumchukia. Na nina hakika, yeye pia hana sababu. Sote wawili twataka Eritrea iliyo huru na yenye demokrasia.

DAWIT: Jambo kama hilo.

MKUBWA: Hata hivyo, kwa siku kadhaa unaendelea kuchapisha masuala fulani kwenye gazeti lako. Unajua, masuala hayo ni tishio kwa rais. Adui wetu, Uhabeshi aweza kupanga njama dhidi ya rais akitumia madai hayo. Kwa hivyo, tuliona ipo haja kuyajadili masuala hayo.

DAWIT: Tunaweza kuuanza mjadala. "Setit" haipendi kuficha lolote. Tunachapisha msimamo wa serikali pia. Tunaamini katika uhuru wa kujieleza.

MKUBWA: Jambo hilo hususan linamkera rais.

DAWIT: Basi kinachomfurahisha ni kipi?

MKUBWA: Hilo si muhimu kujua. Badala yake, unafaa kujua vyema sana kuwa Bw. Rais haruhusu chochote asichokipenda. Ninapaswa kukujulisha kwa niaba ya rais.

DAWIT: Humm!

MKUBWA: Kwa nini umechapisha barua wazi za mawaziri kumi na watano wa chama chake?

DAWIT: Kwa kuwa, tuliona kulikuwa na mantiki. Unaweza kuzikumbuka ahadi zake - 'tungekuwa na nchi huru yenye demokrasia'? Alizungumzia uchaguzi wa kidemokrasia na kwa sababu hiyo sisi, Waeritrea tulimuunga mkono. Lakini amesahau hayo yote. Basi mbona tunamuunga mkono? Kwa nini tulijitenga na Uhabeshi?

MKUBWA: Kwa hivyo, unataka kumwondoa rais mamlakani?

DAWIT: Gazeti letu halina nia ya aina hiyo. Tunataka tu kumkumbusha ukweli. Tunataka kufanya kazi kama jukwaa la kuweka bayana ukweli.

MKUBWA: Na, ikiwa hilo linakinzana na rais?

DAWIT: Hiyo ni juu yake. Angejaribu kuwa na imani kwa wananchi. Jukumu la gazeti ni kuwa kiungo cha uongozi na wananchi.

MKUBWA: Lakini unafanya kinyume chake - unafanya kazi baina ya adui na wananchi.

DAWIT: Muhali! Tunatekeleza wajibu wetu. Tupo radhi kuchapisha maoni ya rais pia ikiwa ataona chochote kinapotosha. Kwa kweli, tumefanya hilo tayari.

ONYESHO LA TATU

Rumande katika gereza la Eritrea. Dawit ameketi ndani, ana nywele. Amevaa bushati mle lilioandikwa 'Absolute Eritrea'. Dawit anazungumza na kuta nne za jela hiyo. Picha nne tofauti zinawaziwa humo. Rais wa Eritrea, Afeworki anaonekana katika ukuta wa kwanza, wanawe Dawit wapo kwenye ukuta wa pili, mke ukuta wa tatu na ramani ya Eritrea ya kiimla ipo kwenye ukuta wa nne

MKUBWA: **Enough is enough!** Sasa nisikilize kwa makini. Kuanzia leo kuendelea, vyombo vyote vya habari, isipokuwa vile vya serikali, vitafungwa Eritrea. Na gazeti lako limepigwa marufuku milele. Ukitaka, unaweza kusalia mfungwa maisha yako yote, au unaweza kuandika katika gazeti la serikali mara moja moja. Lakini ni lazima usalimu amri kwa rais kwanza.

DAWIT: Haiwezekani!

MKUBWA: Kaa mfungwa kadri unavyotaka. Bw. Rais alikupa mambo mawili tu. Ni mapenzi yako kuchagua bora. Fikiria tena.

DAWIT: *[Anaangalia juu na chini, anaketi na kusimama. Avuvia kwenye ukuta]* **Oh, shit,** miaka ilipita! *(Mateke kwenye ukuta)* Kipi zaidi? *[Rais Afeworki aonekana kwenye ukuta]*

RAIS: Vyema, Dawit! Kipi zaidi! Ulivuna ulichopanda.

DAWIT: Wewe? Wewe hapa! Upo katika hali sawa na yangu?

RAIS: Mshenzi! Nipo hapa kukutana nawe.

DAWIT: Kioja! Huwaamini walinzi wako?

RAIS: Una maneno mengi!

DAWIT: Hata sikuongea. Haya, unapitia hali ngumu sana?

RAIS: Bila shaka sivyo. Nipo hata kukupongeza na kukufahamisha kuwa nina mchango mkubwa katika ufanisi wako. Huenda usikubali hata hivyo. Hata hivyo, kongole! Umeteuliwa kwa ajili ya **Guillermo Cano World press Freedom Prize na UNESCO.** Shirika la Uswidi la **P.E.N** limekutunuku **Kurt Tucholsky Prize**. Wajua warsha zinaandaliwa kote ulimwenguni juu yako. Wewe ndiwe mada ya kujadiliwa katika Bunge la Ulaya. Nina hakika usingepokea thawabu yoyote kama hizo pasi mchango wangu. Unaweza kushinda hata **Nobel Peace Prize**. Waa, furaha iliyoje kwako! Watu hawanijui lakini wewe unajulikana sana nao.

DAWIT: Unaona gere?

RAIS: Kiasi tu kawaida.

DAWIT: Basi wewe chukua nafasi yangu. Pitia miaka 17/18 gerezani. Kwa hakika nitakuhakikishia **Nobel Peace Prize.**

RAIS: Usithubutu kunielekezea mizaha inayoumiza, Dawit.

DAWIT: Aa, nakumbuka kuwa wivu wako u sawa, utani wangu haupo sawa. Mwisho wa siku, wewe ndiwe rais nasi ni wananchi

RAIS:	Nisikilize, Dawit. Nitarejelea ukweli fulani kukuhusu. Ulienda Uswidi wakati ambapo Eritrea ilikuwa inapitia hali ngumu. Pale ulipata hifadhi kama mkimbizi na kwa kiasi fulani ukapata uraia. Ulifanya nini huko? Ulikuwa mfagizi. Kisha Eritrea ilikuwa huru - nilifanya hilo. Na kisha ulirejea nyumbani. Ukawa mhariri huru wa gazeti huru katika taifa huru. Kama malipo ya manufaa hayo yote ulifanya nini?
	Ulianza kunipinga. Ukasahau mabadiliko yako ya kuwa mhariri kutoka kuwa mfagizi! Ukawa mhariri mwanamapinduzi. Mapinduzi! Mapinduzi matamu!
DAWIT:	Haifai kuitwa mapinduzi, Bw.Rais. Ni kweli kuwa nilikuwa mfagizi Uswidi. Ni kweli pia kuwa nafanya lilo hilo hapa Eritrea - kufagia uchafu kutoka kwa ushoroba na kona zote za Eritrea.
RAIS:	Koma!

[Kiza kinatamalaki huko. Picha ya rais inayeyuka na kutoweka. Mchovu, Dawit mwenye mavune anamezwa na usingizi. Anawaota wanawe].

BIN DAWIT 1:	Kwa nini uko hapa, baba? Mbona usije kwetu? Tunakupeza mno, twalia sana.
DAWIT:	Naja mwanangu, subiri tu kwa siku chache. Wajua ninajishughulisha hapa kwa jukumu muhimu sana.
BIN DAWIT 1:	Achana na hayo. Hayo hayana umuhimu. Kwa hakika huwezi kufanya mkutano na rais. Yaache hayo yote na uje kwetu.

Dawit Issak

DAWIT: Hewala, mwanangu. Wajua, nilikutana na rais jana.

BIN DAWIT 1: Haya. Wewe basi baki na rais wako!

BIN DAWIT 2: Usijishughulishe naye baba. Tafadhali ninunulie bushati kama hilo unalovaa - **'Absolute Eritrea'**. Mama ameninunulia bushati **'Absolute Sweden'**. Nitamwambia akununulie kama hilo

DAWIT: Tishati hii ni zawadi kutoka kwa rais, mwanangu. Ni wageni mashuhuri pekee wanaoweza kuwa na tishati kama hizo

BIN DAWIT 2: Basi nitakuwa hivyo. Mwambie rais wako anizawidi tishati nyekundu. Nitamwandikia barua bora. Utakaa hapo kwa siku ngapi, baba?

[Dawit anatoa machozi]

DAWIT: Tayari umekuwa.

BINTIYE DAWIT: Nywele yako imekuwa ndefu sana, baba. Unaonekana kama lofa. Nitaitengenezea nywele yako vifundo. Wajua mama hatapenda nywele ndefu kama hizo

DAWIT: Sipati muda wa kunyoa

BINTI: Nikija tena nitakubebea vifaa vyako vya kunyoa. Wajua mama amevihifadhi kwa uangalifu mkubwa.

DAWIT: Ni sawa. Nitanyoa.

BINTI: Hii ni sauti gani, baba?

[Dawit anaamka kutokana na sauti ya king'ora. Kuna msukosuko nje. Dawit anaogopa. Ghafla anamsikia mke wake, Sofia].

SOFIA	Dawit!
DAWIT:	(amestaajabu) Wewe!
SOFIA	Naam, ndimi. Kwa nini umeogopa?
DAWIT	Hapana, hapana. Sijaogopa hata kidogo.
SOFIA	Uko sawa?
DAWIT:	Niko salama kabisa. Wajua rais ananilia ngoa!
SOFIA:	Hata yuakuogopa.
DAWIT:	Najua hilo. Ndiyo maana amenifunga. Lakini wajua, sina nia yoyote kumwondoa mamlakani.
SOFIA:	Mbona usimwambie huyo rais?
DAWIT:	Dhamiri yangu inanisuta.
SOFIA:	Sijui la kufanya. Wewe ni muhimu sana katika semina. Lakini hakuna atakayekuachilia huru. Hakuna anayenisikiliza
DAWIT:	Hakuna yeyote aliye kama Dag Hammarskjold au Olf Palms Uswidi?
SOFIA:	Sijui sana. Ninachojua tu ni kuwa nitakupata tena ukiwa hai. Lakini ni nani atakayekutana na rais?
DAWIT:	Wajua, Marekani ilimfunga Ezra Pound baada ya vita vya pili vya dunia. Kosa lake ni kuwa alimuunga mkono Mussolini. Dag Hammarskjold ndiye aliyekuwa katibu mkuu wa Umoja wa Mataifa wakati huo. Alitumia diplomasia isiyo rasmi na hivyo kumkomboa Pound.

SOFIA: Kuna drama nyingi juu yako katika Muungano wa Ulaya. Umekuwa mada ya kimsingi katika filamu na drama.

DAWIT: Achana na ulimbwende huo usio na maana! Wote wanajishughulika kujionyesha wenyewe. Sio jukumu la wanasiasa kuandaa drama jukwaani; wanafaa kuzingatia mwongozo thabiti. Wanastahili kukusanya maoni na kuyadhihirisha.

SOFIA: Siyaelewi hayo na wala sitaki. Nakutaka wewe urejee.

DAWIT: Wewe usijali, watunze watoto. Nitakutana na rais tena. Nitakuwa huru kwa hakika

SOFIA: Amina. *[Wimbo wa kutamausha unachezwa nyuma ya jukwaa]*

[Dawit anakunywa maji kutoka kwa bomba. Anaitupa, anaitupa sahani pia. Anazichana nguo zake na kuyell kwa sauti].

[Uzungumzi nafsi]

United Nation?

Yamaanisha nini?

Demokrasia? Hiyo ndiyo nini?

Demokrasia ni vidonge vya usingizi

Ni kasumba

Kila mmoja huitumia kwa njia zake na kujinufaisha. Hawana muda wa kupoteza. Wao si mbumbumbu kama Dawit Issak. Nitafanya nini na muungano huu wa Umoja wa Mataifa? Nitafanya nini na haki hizi za kibinadamu, ikiwa sitakuwa huru?

Kwa hivyo?

Oh, Mandela!

Miaka 32 gerezani!

Alikuwa na msukumo mkubwa

Lakini mbona mimi ni mchovu?

Mandela alikuwa na chama, alikuwa na wanasheria.

Alifikishwa mahakamani.

Sina chochote. Chochote. Wote wananitumia. Wamelifanya kawaida. Wanitumia katika hotuba zao. Ikiwa sitakuwa huru, basi thawabu hizi hazina maana yoyote.
[Dawit anatoa sauti na kupiga kuta mateke. Rais anaonekana ukutani].

RAIS: Dawit! Akili yako inafanya kazi!

DAWIT:	Wewe!
RAIS:	Umeshangaa?
DAWIT:	Hata! Unafanya nini hapa?
RAIS:	Vaa nguo zako kwanza.
DAWIT:	Umeaibikia uchi wangu, wakati ambapo umeifanya Eritrea nzima uchi!
RAIS:	Haina maana!
DAWIT:	Unaweza kusema unachotaka

[Rais anasema akiangalia chini]

RAIS:	Tuseme nimekupa wadhifa wangu leo. Utafanya nini?
DAWIT:	Nadhani una majukwaa mengi ya kufanyia utani. Afadhali uende kwenye baa yoyote au disko.
RAIS:	Dawit! Usisahau kwamba wazungumza na Rais.
DAWIT:	Nakutambua na ndiyo maana nilizindua *Setit*.
RAIS:	Na kuanza kuandika kinyume kunihusu.
DAWIT:	Huko ni kufasiri sivyo kwako.
RAIS:	**Unataka** kunifundisha? Nimeikomboa Eritrea kwa mafunzo yako?
DAWIT:	Sasa, umeuliza vyema. Ingekuwa heri utimize ahadi ulizotoa kabla ya uhuru.
RAIS:	Koma, Dawit! Uongozi na ahadi za kuchukua uongozi havina ulinganifu. Huwezi kuelewa hayo.
DAWIT:	Siwe kiongozi pekee ulimwenguni. Kuna faida gani katika kunifunga?
RAIS:	Huwa sipigi hesabu ya faida, Dawit

DAWIT:	Kwa hivyo?
RAIS:	Siwezi kutoa jawabu la hesabu yangu.
DAWIT:	Hesabu yako iko vipi?
RAIS:	Unataka nini?
DAWIT:	Nataka kuwa huru
RAIS:	Utakuwa huru. Hutakuwa huru.
DAWIT:	Mshenzi kama mlevi! *[Anakasirika]*
RAIS:	Utakuwa huru. Lakini nawaza - Mimi nife, wewe uwe huru. Mimi niwe huru, wewe ufe. Sisi tufe, sisi tuwe huru. Sisi tuwe huru, sisi tufe... Siwezi kulitatua fumbo hilo.

Utakuwa huru

Hutakuwa huru

DAWIT: *[Akitetemeka kwa hasira]* Ibilisi wewe. Upo hapa kujifanya mwanafalsafa... nguruwe!

[Dawit anaupiga ukuta teke].

www.ingramcontent.com/pod-product-compliance
Lightning Source LLC
Chambersburg PA
CBHW030100170426
43197CB00010B/1604